ĐẠO PHẬT
& TUỔI TRẺ

ĐẠO PHẬT VỚI TUỔI TRẺ

TUỆ SỸ

Translated into English
by Viên Minh & Nguyên Túc

Published by United Buddhist Publisher
ISBN: 979-8-8689-9494-4

TUỆ SỸ

VIÊN MINH & NGUYÊN TÚC
dịch sang Anh ngữ

ĐẠO PHẬT
với TUỔI TRẺ

SUY NGHĨ VỀ HƯỚNG
GIÁO DỤC ĐẠO PHẬT
CHO TUỔI TRẺ
Thoughts on the Approach
to Buddhist Education
for Young People

ĐẠO PHẬT & THANH NIÊN
Buddhism & The Youth

DUY TUỆ THỊ NGHIỆP
Only wisdom is the profession

SONG NGỮ ANH-VIỆT

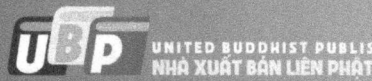

UNITED BUDDHIST PUBLISHER
NHÀ XUẤT BẢN LIÊN PHẬT HỘI

NỘI DUNG - CONTENTS

- Lời Giới Thiệu..................................7
  Introduction..................................11

- Suy Nghĩ Về Hướng Giáo Dục
  Đạo Phật Cho Tuổi Trẻ......................16
  Thoughts on the Approach to
  Buddhist Education for Young People 17

- Đạo Phật Và Thanh Niên......................32
  Buddhism and The Youth......................33

- Duy Tuệ Thị Nghiệp 66
  Only Wisdom Is the Profession 67

Lời giới thiệu

Bao lâu thì Phật giáo Việt Nam mới có được một bậc thầy như Thầy Tuệ Sỹ? Tôi không biết và cũng không ai biết, nhưng bằng vào những gì đã nhìn thấy và trải qua trong hơn nửa thế kỷ cuộc đời mình, tôi biết rằng hẳn phải là lâu lắm. Một bậc Thầy với tất cả những phẩm tính từ bi, trí tuệ và vô úy như Thầy, chính là sự biểu hiện sáng ngời của tinh thần Chánh pháp giữa cuộc sống trần tục này, quả thật có thể nói là hiếm hoi như hoa ưu-đàm-bát. Vì thế, từ sâu thẳm trong tâm tư, tôi luôn thấy vui mừng và hết sức biết ơn vì sự hiện hữu của Thầy cho thế hệ của chúng tôi cũng như những thế hệ tiếp nối. Sự hiện hữu của Thầy, như tôi đã từng nói, giống như một chất keo tự nhiên gắn kết anh em cư sĩ chúng tôi, người đi trước, kẻ bước theo sau, trên cùng chung một con đường tu tập và phụng sự. Với chúng tôi, hình bóng Thầy dù đang ở bất cứ nơi đâu vẫn như đang soi đường chỉ lối, vẫn như chỗ dựa tinh thần

vững chắc và an ổn cho chúng tôi mỗi khi đối diện với sóng gió cuộc đời.

Những lời dạy của Thầy được thu thập trong sách này không hoàn toàn mới. Từ lâu lắm, chúng tôi đã được học hỏi từ những bài giảng rải rác của Thầy hay qua các tác phẩm kinh luận mà Thầy chấp bút. Hơn thế nữa, hành trạng của Thầy còn là bài học thân giáo sống động và bao quát hơn nhiều. Thế nhưng, cùng những nội dung giáo pháp ấy, cũng với tinh thần từ bi vô úy đó, trong tập sách mỏng này còn gửi gắm cả tình thương mênh mông của Thầy dành cho tuổi trẻ. Cho nên, từng câu chữ, từng lời dạy, không còn là những khuôn thước hay giáo điều nghiêm khắc, mà như những lời êm dịu của người cha hiền từ muốn nhắn nhủ, khuyên bảo các con. Những lời dạy như vậy, nếu không đến được với các thế hệ đi sau thì hẳn là có một phần lỗi rất lớn của chúng tôi, những người đã may mắn nhận được sự giáo dưỡng từ thầy, dù là trực tiếp hay gián tiếp.

Thế nên, từ cách xa nửa vòng trái đất, khi được tin về bệnh duyên của Thầy, chúng tôi nghĩ ngay đến việc phải làm một điều gì đó để bày tỏ lòng tri ân sâu xa đối với Thầy. Và việc làm thiết thực nhất phù hợp với tâm nguyện một đời của Thầy, hẳn không gì bằng lan tỏa những lời dạy của Thầy đến với thế hệ trẻ, những người mà Thầy luôn đặt nhiều kỳ vọng cho tương lai dân tộc và đạo

pháp. Lời dạy của Thầy là Chánh pháp. Chánh pháp được lan tỏa thì sự mê muội, xấu ác tự nhiên tan biến, như mặt trời lên thì sương mù phải tan nhanh. Do vậy, với sự đồng lòng góp sức của một số Phật tử tại Hoa Kỳ, NXB Liên Phật Hội (United Buddhist Publisher) của chúng tôi đã quyết định xuất bản để lưu hành tập sách này rộng khắp trên toàn cầu.

Những lời Thầy dạy khi đến với các bạn trẻ sẽ là giá trị tinh thần không gì thay thế được. Trong kinh Trường bộ, đức Phật thường dạy rằng, Chánh pháp có công năng *"dựng lại những gì bị quăng ngã xuống, phơi bày những gì bị che kín, chỉ đường cho những người lạc hướng, đem đèn sáng vào trong bóng tối để những ai có mắt có thể thấy sắc"*.[1] Những công năng này đều rất cần thiết cho tuổi trẻ trong giai đoạn hiện nay, khi mà rất nhiều giá trị đạo đức truyền thống đang *"bị quăng ngã xuống"*, rất nhiều giá trị tinh thần tích cực đang *"bị che kín"* đi, và rất nhiều người đang *"lạc hướng"* trên con đường tu tập. Trong tình trạng đó, cả dân tộc và đạo pháp đều đang rất cần đến những người có thể *"đem đèn sáng vào trong bóng tối"*, và muốn làm được điều đó thì tuổi trẻ hôm nay không thể không khắc ghi những lời dạy của Thầy.

---

[1] Kinh Trường Bộ - Kinh **Poṭṭhapāda** (Bố-sá-bà-lâu), bản Việt dịch của Hòa thượng Thích Minh Châu.

LỜI GIỚI THIỆU

Mong sao việc lưu hành rộng rãi tập sách này sẽ *"đem đèn sáng vào trong bóng tối"* để các thế hệ hôm nay và ngày mai luôn được soi sáng bởi những lời dạy của Thầy.

Quế Minh Đường, Westminster, California.

Nguyên Minh Nguyễn Minh Tiến
& Quảng Hải Phan Trung Kiên

Introduction

How long will it be until Vietnamese Buddhism sees another master like Master Tuệ Sỹ? I do not know, and neither does anyone else, but from what I have seen and experienced over more than half a century of my life, I know it must be a very long time. A master with all the qualities of compassion, wisdom, and fearlessness like him is a brilliant manifestation of the true spirit of the Dharma in this mundane life. Indeed, it can be said to be as rare as the Udumbara flower. Therefore, deep in my heart, I always feel joyous and highly grateful for his presence in our generation and those who continue. As I have said, his presence is like a natural glue that has bonded us, the lay practitioners, those who lead, and those who follow, on the same path of practice and service. The Master's figure, wherever he may be, is like a guiding light, a firm and comforting spiritual support for us whenever we face the storms of life.

The teachings of the Master compiled in this book are not entirely new. We have been learning from his scattered lectures or through the scriptures and treatises he has written for a long time. Moreover, his life's journey is an even more vivid and comprehensive lesson. However, along with those Dharma teachings

INTRODUCTION

and with the same spirit of fearless compassion, this slim volume also conveys the Master's immense love for the youth. Thus, each word and teaching is no longer just rigid standards or strict doctrines but like the gentle words of a kind father wishing to advise and guide his children. If these teachings do not reach the following generations, it would be a significant fault of ours, who have been fortunate to receive his teachings, whether directly or indirectly.

Therefore, from half a world away, when we heard about Master's illness, we immediately thought of doing something to express our deep gratitude towards him. The most practical action that aligns with Master's lifelong wishes would be spreading his teachings to the younger generation, those for whom he has always had great hopes for the future of the nation and the Dharma. Master's teachings are also the faithful Dharma. When the true Dharma is spread, ignorance and evil naturally dissolve, just as the morning sun quickly disperses the fog. Therefore, with the united efforts of some Buddhist friends in the US, our United Buddhist Publisher (California, USA) has published this book to distribute widely to Buddhists all over the world.

Master's teachings, when reaching the youth, will be irreplaceable spiritual values. In the Long Discourses, the Buddha often taught that the faithful

INTRODUCTION

Dharma has the power to "lift what has been overturned, to reveal what has been hidden, to show the way to those who are lost, and to bring a lamp into the darkness so that those with eyes may see forms." These functions are essential for today's youth; when many traditional moral values are being "overturned," many positive spiritual values are "hidden." Many people are "lost" on the path of practice. In such a situation, the nation and the Dharma urgently need those who can "bring a lamp into the darkness," to do so, today's youth cannot ignore the Master's teachings.

I hope that the widespread circulation of this book will be like "bringing a lamp into the darkness" so that the Master's teachings always illuminate today's and tomorrow's generations.

Quế Minh Đường, Westminster, California.
Nguyên Minh Nguyễn Minh Tiến
& Quảng Hải Phan Trung Kiên

- Translated by Nguyên Túc

SUY NGHĨ VỀ
HƯỚNG GIÁO DỤC
ĐẠO PHẬT CHO TUỔI TRẺ

Thoughts on the Approach to Buddhist Education for Young People

Translated by Nguyên Túc

Phật giáo Việt nam đang chứng kiến những xáo trộn và khủng hoảng chưa từng có trong lịch sử. Các mô hình tổ chức, những lễ tiết sinh hoạt, từ ma chay, cưới hỏi các thứ, được cố gắng rập khuôn theo mô hình phương Tây một cách vội vã, đã làm xói mòn phần nào truyền thống tâm linh của dân tộc. Thêm vào đó, dưới tác động của xã hội tiêu thụ, và sức ép của quyền lực chính trị làm nảy sinh những tâm trạng bệnh hoạn do quan điểm thế quyền và giáo quyền thiếu nền tảng giáo lý. Tình trạng đó, tất nhiên đã có những tác động tiêu cực lên đường hướng giáo dục thanh niên Phật tử Việt nam.

Ngày nay, nói đến tuổi trẻ Việt nam, có lẽ nên tượng hình như hai đường thẳng mà điểm hội tụ là một điểm trong xã hội tiêu thụ. Đó là hai bộ phận tuổi trẻ trong nước và ngoài nước. Tuy tất cả cùng được giáo dục theo mô hình giáo dục phương Tây, nhưng do khác biệt định chế xã hội dựa trên quyền lực chính trị chứ không phải do xu hướng phát triển tự nhiên. Đó là sự khác biệt giả tạo như vũng sình, không biết đâu là chỗ chắc thật để bám vào mà thoát thân.

Tuổi trẻ Việt Nam đang bị bật rễ, do đó có nguy cơ mất hướng, hay thực sự đã mất hướng. Tuổi trẻ

Vietnamese Buddhism is currently witnessing turmoil and crises unprecedented in history. From organizational models to daily rituals, including funerals and weddings, there is a hasty attempt to mold after Western patterns, eroding some of our nation's spiritual traditions. Additionally, the influence of consumer society and political power pressure has fostered unhealthy mindsets stemming from a lack of foundational teachings in worldly and religious authority figures. This situation has undoubtedly negatively impacted the education of Vietnamese Buddhist youth.

Today, when we talk about Vietnamese youth, we should picture two straight lines converging at a point in a consumerist society. These are the youth within the country and those abroad. Although both are educated in a Western model, their societal differences are based on political power, not natural development trends. This artificial distinction is like being stuck in a quagmire, not knowing where to find solid ground.

Vietnamese youth are being uprooted, thus at risk of losing or indeed have already lost their direction.

của đạo Phật Việt nam cũng không ngoại lệ, và không dễ dàng vượt qua tình trạng mất hướng này. Ở đây tôi nói mất hướng là nhìn từ điểm đứng dân tộc. Tuổi trẻ ở nước ngoài chỉ cần quên, hay tạm thời quên, nguồn gốc Việt Nam của mình, thì hướng đi cho nhân cách được xác định ngay từ khi vừa bước chân vào cổng trường Đại học. Nói cách khác, tuổi trẻ Việt Nam hải ngoại không phải hoàn toàn bị bật rễ, nhưng ở trong tình trạng di thực. Quýt phương Nam đem trồng trên đất phương Bắc có thể ngọt hơn, có thể chua hơn, và cũng có thể èo uột vì không hợp phong thổ. Tuổi trẻ trong nước là thân cây còn dính chặt với gốc rễ trên bản địa. Nhưng để sinh tồn, và muốn phát triển nhanh chóng, bị sức hút của sự thăng tiến tác động từ bên ngoài, nên có nguy cơ bật rễ. Đại bộ phận tuổi trẻ Việt Nam ngày nay biết rất ít về quá khứ ông cha mình, đã thương yêu nhau như thế nào, đã suy nghĩ như thế nào để bắt kịp những giá trị tâm linh phổ quát của nhân loại.

Tuổi trẻ của đạo Phật Việt Nam tuy có thể được tin tưởng là còn cố bám chặt lấy gốc rễ truyền thống để vươn lên, nhưng do sự thiếu trách nhiệm hoặc thiếu nhận thức về hướng đi thời đại của những người đang đứng trên cương vị giáo dục, vô tình chẳng khác nào bác sỹ không còn biết liệu pháp nào hay hơn là cho uống thuốc ngủ để người bịnh quên đi những nhức nhối của thời đại mà tuổi trẻ

Vietnamese Buddhist youth are no exception and find overcoming this state of lost direction challenging. Here, when I speak of losing direction, I view it from a national and ethnic perspective. Young Vietnamese abroad need only momentarily forget or set aside their Vietnamese origins to find their direction upon entering university. In other words, Vietnamese youth overseas are not entirely uprooted but are in a state of transplantation. For instance, if Southern tangerines are planted in the North, they may become sweeter or sourer or even fail to thrive due to unsuitable conditions. The youth in the country are like trees still firmly attached to their native roots. But to survive and develop quickly, influenced by external attractions, they risk being uprooted. Most young Vietnamese today know very little about their ancestors' past, their love, their thoughts, and how they caught up with the universal spiritual values of humanity.

The Vietnamese Buddhist Youth Family may still try to cling to traditional roots to grow. Still, due to irresponsible or unaware leadership, they are subjected to misdirection, similar to a doctor who, unsure of proper treatment, prescribes sleeping pills to make patients forget the era's pains that the youth need to understand to choose their future life directions.

cần phải biết để chọn hướng đi tương lai cho đời mình. Mặt khác, do sức ép chính trị mà tuổi trẻ cần phải được tập hợp thành lực lượng tiền phong và hậu bị để bảo vệ chế độ, do đó việc giảng giải đạo Phật cho tuổi trẻ không được phép vượt qua các cổng chùa. Bên trong cổng chùa, tuổi trẻ chỉ được giảng dạy những ý nghĩa "vô thường" hay "vô ngã", không như là quy luật vận động để tồn tại, phát triển và hủy diệt của thiên nhiên và xã hội, mà như là một bức tranh toàn xám của cuộc đời được tô trét bởi những người mà tuổi đời đã mệt mỏi với những thành công và thất bại đã làm thui chột ý chí.

Trong một xã hội hội mà các giá trị tâm linh truyền thống đang bị băng hoại, một số thanh niên tác quái tại các đô thị lớn dựa vào quyền lực chính trị của cha chú, hay tiền tài bất chính của bố mẹ; một số khác miệt mài học chỉ để làm thuê, làm những người nô lệ kiểu mới, trung thành với những ông chủ giàu sụ. Một số khác, cam chịu thân phận nghèo đói, thất học, cam chịu tất cả nhục nhã của một dân tộc nghèo nàn lạc hậu.

Trong tình trạng đó, sự hiện diện của các đoàn sinh GĐPT, những đơn vị tập hợp các thanh niên biết tìm lẽ sống cho bản thân, thật sự là một thách thức xã hội, mà quyền lực chính trị cảm thấy như một đe doạ nếu không vận dụng được để phục vụ cho tham vọng đen tối, mà vì tham vọng ấy có khi

Furthermore, due to political pressure, youth are required to assemble into vanguard and reserve forces to protect the regime, so Buddhist teachings for the youth are not allowed beyond temple gates. In the temples, teachings on impermanence and non-self are not presented as natural and societal movement laws but as a grey life canvas painted by those weary with age, successes, and failures.

In a society where traditional spiritual values are being eroded, some youths in large cities rely on their parents' political power or corrupt money to behave perversely; others study hard to become new loyal slaves to wealthy bosses. Others resign themselves to the fate of poverty, illiteracy, and the humiliation of a backward, impoverished nation.

In this context, the presence of groups like the Young Buddhist Association, units of youth seeking a purpose in life, becomes a societal challenge and a political threat if they cannot be manipulated to serve dark ambitions, ready to betray the country for

sẵn sàng mãi quốc cầu vinh. Như thế thì, tất nhiên là ảo tưởng khi nói rằng, chúng ta chỉ tập họp tuổi trẻ để dạy đạo, không cần biết cái gì khác nữa. Nói thế chẳng khác nào lùa những con nai con vào một chỗ để cho cọp dữ dễ dàng thao túng.

Tất nhiên, đất nước cần tuổi trẻ để xây dựng. Đạo pháp cũng cần tuổi trẻ để thể hiện bản hoài tiếp vật lợi sinh của mình. Theo bản hoài đó, giáo dục đạo Phật cho tuổi trẻ không chỉ có mục đích chiêu dụ họ vào trong bốn vách tường nhà chùa để cách ly những phòng trà, hộp đêm, những môi trường cám dỗ, sa đọa. Tuy nhiên, cơ bản giáo dục đạo Phật vẫn phải là rèn luyện đạo đức, phát triển trình độ nhận thức tâm linh.

Trước hết, hãy nói về rèn luyện đạo đức. Ở đây hoàn toàn không có vấn đề nhồi nhét những tín điều đức lý. Nghĩa là, không nói với tuổi trẻ không được làm điều này, khhông được làm điều kia. Tuổi trẻ có thể làm bất cứ điều gì mà họ tự thấy thích ứng với thời đại. Nhưng không để cho tuổi trẻ bị lôi cuốn bởi những yếu tố độc hại của thời đại, không bị lệch hướng nhận thức bởi các phong trào thời thượng, do đó cần thiết lập một không gian an toàn và di động. Không gian an toàn đó là bồ-đề tâm. Tính di động, đó là vô trụ xứ của Bồ tát. Chúng ta cần nói thêm hai điểm này.

personal glory. So, it's almost a fantasy to say that we gather youth only to teach the Dharma and nothing else. It's like herding fawns for tigers to manipulate easily.

Of course, a country needs its youth for development. Buddhism also needs young people to continue its mission of helping all sentient beings. In this regard, Buddhist education for youth is not just about luring them into temple walls to isolate them from bars, nightclubs, and other tempting, decadent environments. However, fundamental Buddhist education must still be about cultivating morality and developing spiritual awareness.

Cultivating Morality

First, let's talk about cultivating morality. This doesn't involve cramming moral doctrines. It means not telling young people what they can or cannot do. Youth will do whatever they find suitable for the era. However, it's essential to prevent them from being drawn to the harmful elements of the period, avoiding misdirection by current trends. Therefore, it's necessary to establish a safe and mobile space for them. This safe space is the Bodhi mind, and its mobility is a Bodhisattva's 'non-attached, un-pillared' characteristic. We will discuss these two points further.

Lớn lên tại các đô thị phồn vinh, rồi bước vào xã hội với học vị cao, mức sống ổn định, một bộ phận tuổi trẻ ít khi trực tiếp sống với những đau khổ của các bạn trẻ khác ở những vùng đất tối tăm xa lạ. Thiếu đồng cảm về những khổ đau của đồng loại, do đó cũng thiếu luôn cả nhận thức về thực chất của sự sống, không thể hiểu hết tất cả ý nghĩa thiết cốt của khát vọng sinh tồn. Cho nên, đưa đạo Phật đến với tuổi trẻ, phải có nghĩa là đưa tuổi trẻ đến giáp mặt với thực tế của sinh tồn. Đó là làm phát khởi bồ đề tâm nơi tuổi trẻ: "Nơi nào hiểm nạn, tôi nguyện sẽ là cầu đò; nơi nào tối tăm, tôi nguyện sẽ là ngọn đuốc sáng." Đây có thể là ước nguyện xa vời, thậm chí sáo rỗng đối với một số người. Nhưng đó chính là mặt đất kim cang để trên đó tuổi trẻ tự vạch hướng đi cho mình, tự quy định những giá trị sống thực cho chính đời mình.

Về tính di động, đó là tính mở rộng, không tự câu thúc vào trong một không gian xã hội chật hẹp, để có thể có tầm nhìn xa hơn, vượt ngoài thành kiến và truyền thống khép kín của xã hội mình đang sống. Nói cụ thể hơn, tuổi trẻ được giáo dục để luôn luôn trong tư thế sẵn sàng lên đường, đến bất cứ nơi nào trên trái đất này, nơi mà đau khổ được sống thực hơn, hạnh phúc được trắc nghiệm chân thực hơn. Trong một ý nghĩa khác, tính di động như vậy đồng nghĩa với tính phiêu lưu. Từ khi sống tại những đô thị được xem là ổn định, nhân loại đã dập

Growing up in prosperous cities and entering society with high education and a stable life, part of the youth rarely directly experience the hardships of their peers in darker, unfamiliar regions. Lacking empathy for others' suffering, they also need an understanding of life's essence and the meaning of survival. Therefore, bringing Buddhism to the youth means getting them face-to-face with the reality of survival. This is to ignite the Bodhi mind in youth: "Where there is danger, I vow to be a bridge. Where there is darkness, I vow to be a torch." This may seem like a far-fetched promise, even impractical to some. But it's the solid ground on which young people can establish their life direction and define fundamental values for their lives.

Mobility is about being open, not confined to narrow societal spaces so that young people can see beyond prejudices and closed traditions. More specifically, youth are educated to be always ready to embark. To go anywhere on earth where suffering is more natural, happiness is genuinely tested. In another sense, such mobility equates to adventure. Since living in stable cities, humanity has extinguished the adventurous spirit in youth but awakened the tourism

tắt đi tính phiêu lưu nơi tuổi trẻ, nhưng khơi dậy tính du lịch nơi người lớn đi tìm những lạc thú mới để thay đổi khẩu vị thường nhật.

Tinh thần vô trụ xứ tất nhiên có nhiều điểm khác biệt. Vô trụ xứ nói: "Không trụ sinh tử, không trụ Niết-bàn." Đó là tinh thần khai phóng, không bị buộc chặt vào bất cứ giá trị truyền thống nào. Tuổi trẻ cần được học hỏi để sống với tinh thần khai phóng và bao dung, để tự mình định giá chuẩn xác giá trị các nền văn minh nhân loại, tự mình chọn hướng đi thích hợp trong dòng phát triển hài hoà của tất cả các nền văn minh nhân loại, tuy khác biệt tín ngưỡng, khác biệt tập quán tư duy, khác biệt cả phong thái sinh hoạt thường nhật.

Về sự phát triển trình độ nhận thức tâm linh nơi tuổi trẻ, ở đây chúng ta nói đến sự học tập thông qua Kinh điển truyền thống. Tam tạng Thánh điển là kho tàng kiến thức bao la. Dựa trên những lời dạy căn bản của đức Phật về giá trị của sự sống, bản chất của đau khổ và hạnh phúc, trên đó nhiều quy luật về thiên nhiên, về xã hội, về tâm lý, ngôn ngữ, của con người lần lượt được phát hiện qua nhiều thời đại, trong nhiều khu vực địa lý có truyền thống lịch sử khác nhau.

Tuy nhiên, chúng ta cũng biết rằng, trong toàn bộ lịch sử các nền văn minh nhân loại, đang tồn tại hay đã biến mất, không một học thuyết nào mà

spirit in adults looking for new pleasures to replace their daily monotony.

The 'non-attached' spirit of a bodhisattva differs significantly. It means not being anchored in the cycle of birth and death (samsara) nor fixated on nirvana. It's a spirit of liberation, not tied to any tradition or value. Young people need to learn to live with this open-mindedness and generosity, to accurately evaluate the value of world civilizations, and choose their path within the harmonious development of all human societies despite differences in religion, beliefs, traditions, perspectives, opinions, and even daily life habits.

Developing Spiritual Awareness

We speak of learning through traditional Buddhist scriptures on developing spiritual awareness in youth. The Three Baskets (Tripitaka) of Buddhist teachings are an immense treasure trove of knowledge. Based on the Buddha's fundamental teachings about life's value and the nature of suffering and happiness, many laws related to nature, society, psychology, linguistics, and humanity were discovered over various epochs and geographical regions with different historical and traditional backgrounds.

However, we also know that in the history of world civilizations, existing or extinct, no doctrine

không từng bị nhận thức của người đời sau vượt qua. Có học thuyết bị vượt qua và bị đào thải luôn. Có học thuyết bị vượt qua, rồi được phục hoạt. Nhưng có rất ít học thuyết được phục hoạt mà bản chất không bị biến dạng. Biến dạng cho đến mức nếu so sánh với quá khứ, nó như là quái thai. Giáo lý của Phật khẳng định quy luật vô thường, nên vấn đề là khế lý và khế cơ, chứ không phải là vấn đề bị hay không bị vượt qua và đào thải.

Tuổi trẻ học Phật không có mục đích trở thành nhà nghiên cứu Phật học, mà học Phật là tự thực tập khả năng tư duy bén nhạy, linh hoạt, để có thể nhìn thẳng vào bản chất sự sống. Cho nên, sự học Phật pháp không hề cản trở sự học thế gian pháp; kiến thức Phật học không xung đột với kiến thức thế tục. Duy chỉ có điều khác biệt, là học Phật khởi đi từ thực trạng đau khổ của nhân sinh để nhận thức đâu là hạnh phúc chân thật. Bi và trí là đôi cánh chắc thật sẽ nâng đỡ tuổi trẻ bay liệng vào suốt không gian vô tận của đời sống.

has not been surpassed by later generations. Some doctrines were surpassed and permanently discarded. Others were surpassed and then revived. But very few principles were revived without being distorted, some so severely that if compared to the past, they would appear monstrous. The Buddha's teachings affirm the law of impermanence, so the issue is about suitability to truth and individual understanding, not about being surpassed or discarded.

Young people studying Buddhism should not aim to become Buddhist scholars but practice and live the teachings themselves, using their sharp and flexible thinking to assess life's nature directly. Thus, studying Dharma should not hinder worldly learning; Buddhist knowledge should not conflict with secular knowledge. The only difference is that learning Dharma starts with understanding human suffering to recognize genuine happiness. Compassion and wisdom are the solid wings that will carry young individuals through the limitless spaces of life.

ĐẠO PHẬT VÀ THANH NIÊN

Buddhism and The Youth

Translated by Viên Minh

Các anh chị thân mến,

Đề tài thảo luận của chúng ta hôm nay là "Đạo Phật và Thanh niên". Tiêu đề như thế thường gây ấn tượng rằng có nhiều hình thái đạo Phật khác nhau; và mỗi hình thái cho từng lứa tuổi, hay tùy theo thành phần xã hội khác nhau. Nhưng cũng có thể hiểu, chỉ có một đạo Phật mà thôi, và nội dung thảo luận của chúng ta hôm nay sẽ xem xét đạo Phật ấy có những đặc điểm gì được xem là cơ bản, rồi từ đó rút ra kết luận rằng, đạo Phật trong ý nghĩa như vậy có phù hợp với tuổi trẻ hay không? Tất nhiên, các Anh Chị ở đây đều là Phật tử, do đó câu trả lời đã có sẵn từ bao lâu rồi. Dù nói theo ý nghĩa nào, hay nhìn vấn đề từ góc cạnh nào, chúng ta sẽ không nêu ra bất cứ định nghĩa, và cũng không quy chiếu đạo Phật vào những yếu tính hay đặc tính nào.

Nói thế, có khi cũng hơi khó cho các Anh Chị thấy rõ vấn đề. Chắc ở trong đây cũng có nhiều Anh Chị đã từng đọc sách Thiền, và có thể đã nghe nói đến công án Thiền, đại khái như thế này. Một người hỏi thiền sư: Phật là gì? Thiền sư đáp: "Ba cân gai." Không phải là câu chuyện bông đùa, cũng

My dear friends,

The topic of our discussion today is "Buddhism and the Young people". Such title tends to create an impression that Buddhism comes in many different forms; and each form caters to certain generation, or certain socio-economic class. But then, one can also believe that there is only one Buddhism, and today's topic will examine thoroughly the basic characteristics of Buddhism, and extract from them the conclusion as to whether Buddhism in that sense would be appropriate for the young people. Of course, here, all of you are Buddhists, so the answer is probably already available long ago. We are not going to state any definition, nor reference Buddhism in any particularity or trait, no matter what definition we use, or in what side we would see it.

In so saying, it may still be hard for you to grasp the heart of the matter. Many of you probably have read books on Zen Buddhism, or at least have heard of Zen ko-an, which somewhat goes like this. A person asked a master: What is Buddha? His master replied: "three pounds of hemp". That wasn't a jokingly replied story, nor was it an intricate statement on the transcendental philosophy microprocessed by the

không phải thiền sư muốn đưa ra một mệnh đề triết học siêu nghiệm rắc rối. Bởi vì, ở đây chúng ta đi tìm ý nghĩa của đời sống, tìm để phát hiện những giá trị của đời sống. Nói theo cách nói của một nhà văn hay nhà thơ, chúng ta không định nghĩa, không mô tả, vì chúng ta không đi tìm kiến thức bách khoa về sự sống, mà đi tìm hương vị đích thực của nó. Như con ong đi tìm hoa, không phải chỉ tìm hương sắc của hoa. Hương sắc của hoa chỉ là tín hiệu của giá trị tồn tại. Nó tìm hoa để hút mật, làm dưỡng chất cho sự tồn tại của mình và cho tất cả nòi giống của mình.

Tuổi trẻ thường được nhắc nhở, khuyên bảo rằng cần phải học hỏi để sống cho đáng sống. Ca dao cũng nói rằng "Làm trai cho đáng nên trai, xuống đông đông tĩnh, lên đoài đoài yên", và các bạn trẻ hiểu rằng, ta sẽ phải làm nên sự nghiệp hiển hách nào đó kẻo không thì sẽ uổng phí cuộc đời. Rồi bạn ấy làm nên sự nghiệp lớn thật, và người đời thán phục. Chúng ta cũng hết sức thán phục. Nhưng hãy nhìn sâu vào đôi mắt của bạn ấy một chút, nếu có ai trong chúng ta đây có vinh dự được nhìn. Chúng ta thấy gì? Những phương trời cao rộng, để cho "cánh hồng bay bổng tuyệt vời", hay một phương trời tiếc nuối, "khi ngoảnh lại ngắm màu dương liễu, thà khuyên chàng đừng chịu tước phong"?

Zen master. But it's just because here, we are going to search for the significance of life and to discover its worth and benefits. As if defined by a writer or a poet, we are not here to characterize or describe life, because we are not looking for its encyclopedic knowledge, but we are here to explore true qualities of life. Just like a bee seeking a flower, not to find the physical beauty and alluring scent of that flower because the flower's beauty and scent are only representations of existence. The bee only seeks the flower to extract the sweet nectar deep inside that flower in order to provide nourishment for its own surviving and that of its species.

Young folks are often reminded and advised to learn to live a life worth living. Our proverbs also taught "Be worth the value of the young! as you land in the East, the East would be calm; as you mount the West, the West would be in peace", and for that, our young people would think that they should perform certain illustrious acts, otherwise their life would be a waste. Some of them have, indeed, succeeded with a brilliant achievement that is worth everybody's admiration. All of us are in awe of him, too. But just look into his eyes a little bit, had any of us here has a mind to do so. What do we find in those eyes? Would we see a lofty vast firmament, onto which an eagle majestically stretches its wings, or would it be a lost heaven in the regretful reminiscences of his youth as he left behind his most beloved for the conquest of fame?

Cả hai. Người đuổi bắt ảo ảnh để tìm ảnh thực vĩnh cửu của chính mình. Vị ngọt của đời ở đâu, trong cả hai? Bây giờ chúng ta hãy tạm rời bức tranh lãng mạn ấy, để nhìn sang một hướng khác. Có hình ảnh nào đáng chiêm ngưỡng hơn hay không? Cũng còn tùy theo điểm đứng nghệ thuật của người nhìn.

Thuở xưa, có một Vương tử mà ngai vàng đã dọn sẵn, vó ngựa chinh phục cũng đã sẵn sàng yên cương. Rồi một đêm, khi cả cung đình đang ngủ say trong giấc ngủ êm đềm của uy quyền, danh vọng, giàu sang, Vương tử gọi quân hầu thắng cho Ngài con tuấn mã trường chinh. Nhưng vó ngựa trường chinh của Ngài không tung hoành chiến trận. Thanh gươm chinh phục của Ngài không đánh gục những chiến sĩ yếu hèn. Gót chân vương giả từ đó lang thang khắp chốn sơn cùng thủy tận: cô đơn bên bờ suối, dưới gốc cây. Ngài đi tìm cái gì? Ta hãy nghe Ngài nói: *"Rồi thì, này các tỳ-kheo, một thời gian sau, trong tuổi thanh xuân, khi tóc còn đen mượt, với sức sống cường tráng, mặc dù cha mẹ không đồng ý với gương mặt đầm đìa nước mắt, Ta đã cạo bỏ râu tóc, khoác áo ca-sa, lìa bỏ gia đình, sống không gia đình. Ta trong khi ra đi như vậy, làm người đi tìm cái gì đó chí thiện, tìm con đường hướng thượng, tìm dấu vết của sự tịch mịch tối thượng."* Ngài đi tìm và khai

The answer would be both. One would chase after illusion to search for his own real image. Where is the sweetness of life, on either side? Now we are temporarily leaving the romantic panorama to look into another aspect of it. Could there be any other picture worth more in appreciation? That depends again on the viewer's artistic standpoint.

Long ago, there was a prince to whom the golden throne was to be expected, and under whom the hoofs pounded on the long march in submission. That night, as the whole royal palace was sound asleep in the deep and quiet night of power, fame, and wealth, the prince ordered his charioteer to saddle the best of his warhorses. But his galloping horse would not trample the battlefield. His powerful dagger would not overthrow the pathetic enemy. From then on, the royal footsteps began gallivanting all through to the ends of mountains and rivers; at times lonesome by the waters, or alone under the treetops. What did he want to find? Let's hear Him say: *"And then, O Bikkhus! While in my youth, with hair still dark, and life full of vitality; despite the disapproval of the parents, their face stained with tears of sorrow... I have left the family, I have shaved and donned the frock, I have chosen the celibate life. Leave behind everything in order to seek something more virtuous, to find a direction guiding toward superiority, to search for trace of an ultimate tranquility."* Thus he

phát con đường dẫn về thế giới bình an và hạnh phúc vĩnh cửu.

Rồi con đường ấy được công bố, được giới thiệu cho những ai như những đóa sen tuy sinh trưởng từ bùn sình, nước đọng nhưng có thể vươn lên khỏi bùn sình, bản thân không bị nhiễm mùi tanh hôi của bùn sình. Tuy vậy, không phải ngay từ đầu con đường vừa được khám phá và công bố ấy được tiếp nhận một cách đầy tin tưởng bởi tất cả mọi người. Số người chống đối không phải ít.

Khi đức Đạo sư trẻ tuổi đến Magadha, vương quốc hùng mạnh nhất thời bấy giờ, nhiều thanh niên con nhà gia thế, như Yasa cùng các bạn bè, và các thanh niên trí thức hàng đầu như Sariputta và Moggallana, và nhiều thanh niên quý tộc, vương tôn công tử, tiếp nối nhau từ bỏ gia đình, từ bỏ địa vị xã hội sang cả, chọn con đường vinh quang của Chân lý. Từ một góc độ nào đó mà nhìn, sự ra đi của họ tạo thành một khoảng trống lớn cho xã hội, làm đảo lộn nếp sống đã thành thói quen của quần chúng. Dân chúng lo ngại. Họ thì thầm bàn tán, rồi phiền muộn, rồi thất vọng, và rồi giận dữ. Dư luận gần như dấy lên đợt sóng phản đối: "Sa-môn Gotama làm cho những người cha mất con, những

left, he searched, and he discovered the way leading to a peaceful realm and perpetual happiness.

So the path that He had taken was then announced and introduced to others. These capable people are like the lotus flowers that only grow in the muddy standing water, but these lotus flowers would bloom upward out of the filthy mud so that they themselves are not tampered by the stench from which they come. However, the path that was announced and introduced was not by any mean an easy acceptance with faith by everyone. The people who protested against it were not in small numbers.

When the young Master arrived in Magadha, one of the most powerful nations of that time, several young men from wealthy families like Yasa and his friends, other well-educated men like Sariputtra and Moggallana, or young men of royal descendant, princes and noble courtiers took turn to leave behind their own family and denounce their grand social status, to accept the glorious Path to Ultimate Truth. From a certain perspective, their leaving did produce a large vacancy in society, causing a disturbing upheaval to the ordinary life that everyone was accustomed to. So people worried. They started to discuss the situation in whisper at first, then disapproval and disappointment came among them, and at last they even got angry. This opinionated inclination almost initiated a wave of opposition: "Sramana Gotama is causing fathers to

bà vợ trẻ trở thành góa bụa. Sa-môn Gotama làm cho các gia đình có nguy cơ sụp đọa." Dư luận phản đối ấy không kéo dài đủ để gây thành làn sóng phản đối. Chẳng mấy chốc, những người cha, những bà vợ trẻ ấy nhận thấy không phải họ bị phản bội hay bị bỏ rơi cho số phận cô đơn, mà họ được chỉ cho thấy hương vị tuyệt vời của tình yêu và hạnh phúc mà trong một thời gian dài họ không tìm thấy.

Như thế, trong những ngày đầu tiên khi vừa được công bố, con đường chí thiện, con đường tối thắng và tối thượng của thế gian, dẫn đến thế giới bình an vĩnh cửu không phải bằng sức mạnh chinh phục của gươm giáo, mà bằng sức mạnh của từ bi và trí tuệ; con đường ấy được nồng nhiệt tiếp nhận bởi những con người rất trẻ, bởi tầng lớp ưu tú nhất của xã hội; tầng lớp định hướng tương lai của xã hội.

Có lẽ chúng ta nên dừng lại ở đây. Hình ảnh ấy đối với nhiều người quá cao xa, nhìn lâu tất choáng ngợp. Dù vậy, tự thâm tâm của mình, không một bạn trẻ nào, dù là nam hay nữ, không cảm nhận rằng mình đang được thúc đẩy bởi một động lực không thể cưỡng, đó là khát vọng chinh phục. Chinh phục tình yêu, chinh phục danh vọng, chinh phục địa vị. Dù nhìn từ góc độ nào, dù tiến theo hướng nào; chúng ta như những đứa trẻ đuổi

Buddhism and the Youth

lose their sons, wives to become widows. Sramana Gotama disrupts our normal family life." But the trend in opposition did not last long enough to become real public hostility. Because not for very long afterwards, these fathers and young wives realized that they were not actually forgotten or deserted by their love ones, but that they were finally shown the fantastic taste of love and happiness which was absent in their lives for the longest time.

So from the initial introduction, this rightful way, this pre-eminent and ultimate path that could lead to an everlastingly blissful world, did not materialize by the power conquered with daggers and blades, but by the power that comes from compassion and wisdom; this supreme path was graciously accepted by the young generation of people, the brightest class of society, the ones who would stipulate the future direction of the whole populace.

Maybe we ought to stop right here. That image may seem too farfetched, unreachable and overwhelming for a lot of people. Despite the fact, not a single one of us male or female young person, would not agree, from the deepest of our heart, that we are driven by an unrestrained powerful force. This power is called the desire to dominate. Such as dominating love, conquering fame and attaining status in life. It doesn't matter from what angle or direction one looks at it, it is like all of us are little children chasing after a butterfly.

theo cánh bướm. Khi đã nắm được xác bướm trong lòng tay, ít ai tự hỏi: chinh phục và chiến thắng này có ý nghĩa gì? Và ta vẫn mải miết đuổi theo những cánh bướm này rồi đến cánh bướm khác. Trong lịch sử loài người, có bao nhiêu nhà chinh phục vĩ đại, sau chiến thắng, lại cảm thấy ta cũng chỉ là một con người yếu đuối trước sức mạnh bao dung của tình yêu nhân loại?

Vó ngựa của Thành-cát-tư-hãn không chùn bước trước bất cứ kẻ thù nào, nhưng tâm tư của Đại Hãn cảm thấy bất an khi nhìn sâu vào cuối con đường chinh phục một bóng dáng đang thấp thoáng đợi chờ. Đó là kẻ thù cần phải chinh phục sau cùng. Đại Hãn cũng biết rằng dẫu cho tập hợp sức mạnh của trăm vạn hùng binh cũng không thể đánh bại kẻ thù ấy, chinh phục vương quốc ấy. Ông cho đi tìm một người trợ thủ, tìm cố vấn thông thái nhất và khôn ngoan nhất để tập hợp được sức mạnh siêu nhiên. Sứ giả của Đại Hãn đi vào núi Chung Nam thỉnh cầu Đạo trưởng Khưu Xử Cơ. Đạo trưởng khởi hành, băng sa mạc, đến tận đại bản doanh của Đại Hãn, để giảng giải cho Đại Hãn ý nghĩa trường sinh bất tử, những ẩn nghĩa huyền vi từ quyển thiên thư năm nghìn chữ của Thái thượng Lão quân. Cuối quyển thiên thư, khi tất cả ẩn ngữ coi như đã phơi bày ý nghĩa thâm sâu, Khả

Buddhism and the Youth

Once you hold the dead butterfly satisfactorily in your hands, would you ever wonder: what do this conquest and this victory mean to me? No, we don't ever wonder that, we continue to chase one butterfly after another. In the history of human kind, how many famous conquerors, after each victory, would only see themselves as just small delicate ones in front of the power of gentle human love?

The galloping stallion of Genghis Khan did not stall in front of enemies, but the great Khan's innermost feelings were not at peace when he knew that there was someone longing for his return at the other end of his conquering road. That was the last enemy to battle with. Khan knew very well that even with the combined power of his ten thousand mighty soldiers, he wouldn't be able to win over such enemy, or to claim victory over such empire. He sent for an assistant, a wisest and most proficient advisor, to help gather the supernatural power instead. His diplomat went to ZhongnanshanMountain to seek Qiu Chuji. The Taoist priest left his mountain, crossed over the desert to arrive personally at Khan's supreme headquarter, to explain his view of living forever and never dying, and to clarify the secret meaning contained in the Book of Tao consisting in 5000-words ascribed to Laozu, the founder of Taoism. At the conclusion of the Holy Book, once all of the riddles of the language had somewhat betrayed their hidden meaning, the great

Hãn chỉ xác nhận được một điều: Ta sẽ là người chiến bại trong cuộc chiến cuối cùng ấy.

Vậy, ý nghĩa của chinh phục là gì? Mỗi người trong chúng ta sống và đi tìm một cái gì đó, một ý nghĩa nào đó, cho sự sống hay lẽ sống của mình. Với tuyệt đại đa số, tình yêu và hạnh phúc là lẽ sống, hoặc là tài sản, hoặc danh vọng, hoặc quyền lực là lẽ sống.

Người ta tự đày đọa tâm trí mình, làm khổ nhọc hình hài mình, để đuổi bắt những gì được coi là tinh hoa của đời sống. Người ta cũng biết rằng ngoài những cái lẽ sống phù du, ảo ảnh của hạnh phúc, còn có những phương trời cao rộng, còn có con đường chí thiện, nhưng chỉ một số rất ít người bước theo hướng đó, và lại rất ít người đến đích. Vì sao thế?

Có một nhà nghiên cứu văn học, khi viết về nhà thơ Lý Bạch không tiếc lời ca ngợi con người tài ba và đời sống phóng khoáng ấy. Rồi nhà nghiên cứu ấy kết luận: nhưng chúng ta không sống như Lý Bạch được, vì chúng ta còn có gia đình vợ con, và nhiều thứ ràng buộc khác. Phải chăng tất cả chúng ta đều sinh ra với một dây thòng lọng treo sẵn nơi cổ, còn Lý Bạch thì không? Phải chăng chúng ta chỉ được phép chiêm ngưỡng, thán phục những cuộc đời và những nhân cách cao thượng, như người hành khất đói rách chỉ được phép từ xa

Khan came to the exclusive assertion, that he would be the loser in this very last battle.

So, what is the signification of conquest? Each of us tends to look for something in our life, for certain significance, for the ideal and the reason to live. For the majority, love and happiness are those ideals of life; for others, it could be wealth, fame, or power.

People even agonize themselves mentally or torture themselves physically, in pursuit of what they think the paramount for their existence. But we also know that besides the illusory and precarious happiness of life, there are also far-reaching horizons and a path to altruistic selflessness; but only a handful of us are taking that route, and a whole lot less people reaching its destination. Why is that?

Once there was a literary researcher who, when commented about the poet Li-Po, had no reserve whatsoever in raving this exceptionally brilliant individual with a liberal and extravagant way of life. But then he concluded: we are not of the class of Li-Po, and we cannot live like the way Li-Po lived, because we do have family, wives and children, and many other responsibilities. Be it as it may, could it be that all of us were born predestined with a noose on our neck, but Li-Po was not? Could it be that we are only allowed to admire, and marvel at the outstanding characters and their lives, just like a ragged beggar

đứng nhìn một cách thèm thuồng những ngọc ngà châu báu trên thân thể một công nương mỹ miều? Lý Bạch không thể sống như ta, và ta cũng chẳng cần phải trở thành người như Lý Bạch để được người đời thán phục. Mỗi người ẩn chứa trong tự thân một kho báu vô tận. Cần gì phải vay mượn hay ăn cắp giá trị của tha nhân. Không nên tự đánh giá mình quá thấp kém.

Người cùng tử trong kinh Pháp Hoa, không dám vọng tưởng bản thân là con trai và cũng là người thừa kế duy nhất của vị trưởng giả giàu sang, mà thế lực có khi còn lấn lướt trên hàng khanh tướng của triều đình. Anh chàng trai trẻ này cảm thấy sung sướng khi người ta nhận mình làm một tôi tớ hèn mọn, và rất lấy làm vinh dự được là tôi tớ hèn mọn của gia đình sang cả ấy. Vinh dự với công việc quét dọn các hố xí. Vinh dự được nằm ngủ trong chuồng ngựa. Thế nhưng, tự bản chất, trong huyết thống, và như một định mệnh quái dị, anh phải là người thừa kế duy nhất của gia đình ông trưởng giả. Anh chỉ được công nhận tư cách thừa kế khi nào tự nhận ra nguồn gốc huyết thống của mình, tự khẳng định giá trị cao sang của mình. Không thể nói rằng một kẻ tự xác nhận giá trị con người của mình không cao hơn giá trị con ngựa nòi của ông chủ, mà kẻ đó lại có ý nghĩ muốn khẳng định mình là kẻ thừa kế duy nhất. Đó không phải là

would only stand from far away to crave and long for the precious jewels worn by an attractive princess? Sure, Li-Po cannot live like us, and of course we do not have to become like Li-Po in order to have the recognition of others. Each of us has within ourselves an endless hidden treasure. There is no need to borrow or steal the attributes of another individual. And no need to unadequately evaluate ourselves.

The Lost Son in the Lotus Sutra wouldn't think of himself as the only son and heir of the rich proprietor, the one whose power even surpassed that of many high ranking dignitaries of the royal court. This young man even felt happy when he was hired as a lowly servant, and was so proud to become the humble servant of this affluent family. He took pride in cleaning out the latrines, and was pleased to be permitted to sleep in the horses' stalls. However, deep in his essential nature, in his bloodline, and from an unlikely peculiar destiny, he was the sole inheritor of this wealthy family. He would be recognized as successor only when he himself can trace his own lineage, and can substantiate his own aristocratic significance. Otherwise, one who thought of himself no better than the breeding horse of his boss, cannot have dreams to prove himself the sole heir of the family. Because that wasn't inheritance, it was more like strategic plans of a usurper. In that

thừa kế, mà là âm mưu sang đoạt. Chắc chắn kẻ ấy sẽ phải bị trừng phạt vì tham vọng điên rồ.

Ở đây, trong khi chúng ta không tự khẳng định được phẩm chất cao quý của mình, không nhìn thấy những giá trị cao cả của đời sống; những giá trị không cao hơn các hàng ghế và các nấc thang xã hội đã được cố định như là trật tự không thể đảo lộn; ấy thế mà nghĩ rằng "Ta là Phật tử", nghĩa là kẻ thừa tự hợp pháp của gia tộc Như Lai, há chẳng phải là một sự soán nghịch chăng?

Trong số những người bạn trẻ của tôi, không ít người cố vươn lên, tự khẳng định giá trị bản thân, tự cho rằng khi cần và nếu muốn thì có thể khoác lên mình phẩm phục sang nhất, ngồi ở địa vị cao nhất trong xã hội không phải là khó, và khi không cần thiết thì cũng có thể "vứt bỏ ngai vàng như đôi dép rách". Những người bạn ấy, sau một thời gian vật lộn với đời để tự khẳng định giá trị của mình, có bạn "may mắn" leo lên được chiếc ghế cao, bỗng chợt thấy tất cả ý nghĩa và giá trị của đời sống đều được vẽ vời, được khắc chạm lên chiếc ghế này. Từ đó, họ cố buộc chặt mình vào đó, và quyết tâm bảo vệ nó "với bất cứ giá nào".

Cũng có người bạn, sau cuộc tình đổ vỡ, chợt thấy hạnh phúc trong vòng tay chỉ là ảo ảnh. Anh

case, definitely would he be punished on account of his extravagant ambition.

Here while we cannot ascertain our own noble dignity, and cannot appreciate the precious values of life - the values that are certainly not higher than the rows of social chairs and the steps of social ladders which are insituted in an irreversible order; meanwhile, we call ourselves "Buddhists", meaning we see ourselves as rightfully legal descendants of the Tathagatha's Holy lineage; is this somewhat contradictory?

Among my young friends, many have tried to ascend and move up in life, establishing their own values; they thought that if needed and when wanted, it is not hard for them to just don the most expensive clothing or sit at the highest position in society; and when not needed anymore, they can just "discard the golden throne just like throwing away some broken shoes". Those friends, after a time struggling with life in order to prove their selfworth, some of them are even "lucky enough" to climb up these high-profiled chairs, suddenly realize that the importance and value of this life are being painted, decorated, and engraved into these chairs. So from then on, they would fasten themselves firmly onto them, and insist on defending these values at any cost.

Some other friends of mine, after a broken relationship, suddenly realized that happiness, so

tìm đến tôi sau những ngày lang thang, đau khổ. Không phải anh đến tìm nơi tôi một nguồn an ủi, mà đến để giảng cho tôi một bài pháp rất hay về ý nghĩa của tình yêu và vĩnh cửu; hạnh phúc chân thật và lẽ sống cao cả, chí thiện. Trong khi lặng lẽ nghe anh nói, tôi cảm thấy như mình đang uống từng giọt nước cam lồ ngưng tụ từ những giọt nước mắt nóng bỏng và thầm tự hỏi: Bạn mình đã "chứng ngộ Niết-bàn" rồi chăng? Phải thú nhận rằng, bây giờ, đã ba mươi năm sau, tôi vẫn không quên được "bài thuyết pháp" tuyệt vời ấy.

Nhưng chỉ một thời gian ngắn thôi, anh lại lao mình chạy theo những cuộc tình mới. Tôi hỏi. Anh nói, hương vị ngọt ngào của mối tình đầu ấy không nhạt mờ theo năm tháng được. Nó vĩnh viễn ẩn kín ở một góc tối nào đó trong trái tim anh. Anh đuổi theo những mối tình hời hợt, thoáng chốc; chạy theo danh vọng phù hoa; tất cả chỉ vì muốn quên đi những gì đã đi và đi mất mà không bao giờ níu kéo lại được. Thỉnh thoảng, nhớ lại anh, tôi tự hỏi, bây giờ thực tế anh đang gặt hái những thành công trên đường đời, nếu nghĩ lại những năm tháng của tuổi trẻ ấy, anh có thấy mình dại dột chăng? Là đuổi bắt ảo ảnh chăng? Và giữa hai quãng đời ấy, thật sự đâu là ảo ảnh?

real in their own hands minutes earlier, was now just pretentious. One came to me after many days wandering around in his miserable sorrow. He came searching for me not to find a consolation, but he came to graciously lecture me on the meaning of love and eternity; and the meaning of true happiness and the supreme cause of life, the ultimate good. While listened intently to his talk, I felt like I have drunk all the drops of sweet dew dispersed from each of his burning teardrops; and I have asked myself whether my friend had realized the meaning of Nirvana? Now that 30 years have passed, I have to confess that I could not forget that marvelous "sermon".

But just a short time afterwards, my friend again threw himself onto new romance. When I asked him why, his answer was that the sweetness of that first love could have never been adulterated with time. It forever resided in an obscure part somewhere in his heart. He only chased after frivolous and fleeting relations, pursued the empty fame; just because he attempted to forget things that was gone, and gone forever, that never could be retrieved. Once in a while, when thinking of this friend, now quite successful in his real life, I often wonder if he had ever thought back to those youthful years, wouldn't he think he was being so stupid, chasing after illusion? And furthermore, between these two stages of his life, which one is truly illusion?

Người ta nói, tuổi trẻ các bạn đang đứng trước ngưỡng cửa cuộc đời, vậy hãy chuẩn bị hành trang mà vào đời. Tôi muốn nói cách khác. Bằng tuổi trẻ của mình đã đi qua, tôi muốn nói rằng, tuổi trẻ các bạn đang được đặt trước hai câu hỏi cần phải trả lời dứt khoát, hay trước hai ngả đường cần phải lựa chọn không lưỡng lự: tình yêu và sự nghiệp. Trước mặt các bạn là con đường thăm thẳm, đang ẩn hiện mơ hồ dưới ánh sao mai. Chưa phải là buổi bình minh để các bạn thấy rõ mình đang đứng nơi đâu và con đường mình sẽ đi đang dẫn về đâu. Và trước mắt có thật sự là hai ngả đường phải lựa chọn, hay thực tế chỉ một mà thôi? Các bạn sẽ tiến tới theo hướng nào? Học tiến lên theo con đường công danh sự nghiệp, bởi vì "đã mang tiếng ở trong trời đất, phải có danh gì với núi sông"? Hay săn đuổi bóng dáng một mùa xuân vĩnh cửu? Cả hai ý nghĩa, các bạn trẻ đều hiểu rõ.

Chúng ta không cần biện giải dài dòng. Có điều, sự hiểu biết của các bạn về con đường trước mắt không phải do chính mình đã nhìn thấy, như thấy rõ con đường mình đang đi khi ánh bình minh xuất hiện, mà do dấu vết của nhiều thế hệ đi trước. Dễ có mấy ai tự vạch cho mình một lối đi riêng biệt, không giẫm theo bất cứ lối mòn nào.

Buddhism and the Youth

They say that Young People are standing at the threshold of life, so you have to prepare your baggage to enter life. I want to say it in a different way, by relating to my own youth that has passed. What I want to relay is that you - the young generation - are placed with two questions that demand immediate and confident answers; or that you are positioned at the forked road that requires your decision without hesitation, either Love or Achievements. In front of you is a long winding road that looms in the dim residual light of morning stars. It is not quite dawn so as to easily distinguish where you are standing and where the road you're taking will lead you. Moreover, are there really two branched out roads for you to choose or is it just one? Which way are you going to proceed? Whether to follow the path of achievements and reputation, just as the saying goes "to have been born in the world, may one's name be impressed upon the mountains and rivers"; or perhaps to pursue the silhouette of an eternal springtime? Both of them make sense, and I know all of you would understand them clearly.

We do not have to go through lengthy explanation and argument. But there is one thing that I have to stress. Your understanding of the future path ahead of you is not quite what you are seeing by yourself, and knowing yourself which way to take as the first morning light breaks through. It's rather the remnants left behind from many generations before you. It's not often that one can just formulate one's own distinct pathway and

Lần bước theo những vết mờ của người đi trước, tuổi trẻ định hướng cho tương lai của mình. Trong số họ, rất ít người bước ra khỏi bóng đêm của rừng rậm, để bằng chính đôi mắt của mình, nhìn thấy rõ con đường đang đi chạy theo hướng nào, dưới mặt trời rực sáng của ban mai.

Chúng ta hãy đi tìm một người trong số rất ít người ấy. Người không xa lạ với chúng ta. Tôi muốn nhắc các bạn về vua Trần Nhân Tông. Tuổi trẻ, lớn lên giữa cung đình xa hoa, đầy lạc thú, nhưng người thiếu niên vương giả ấy lại sống như một ẩn sỹ ngay giữa hoàng thành. Trường trai, khổ hạnh; không biết người ta có nhìn thấy phong độ hào hoa nơi thiếu niên vương giả này hay không. Nhưng vua cha nhìn thân thể gầy còm của người kế vị ngai vàng mà khóc: Biết con có đủ nghị lực để giữ vững giềng mối giang sơn chăng?

Tuy vậy, con người ấy, về sau, khi ngự trị trên ngai vàng, làm chủ một đất nước, không chỉ đã tự khẳng định giá trị bản thân, mà còn khẳng định ý nghĩa sinh tồn của một dân tộc. Dù ngồi trên bệ rồng cao vời vợi, dù xông pha chiến trận hay

Buddhism and the Youth

not trailing any other pre-existing track. Tracing slowly step by step after other generation's direction, only then young people can carefully develop their own future roadmap. Among these youthful individuals, many would not step out of the jungle's darkness to find for themselves, with their own eyes, the roadway that leads out to the future even when daybreak has come and the morning sun brightly shines.

We will now explore in history and find such a youth. The one that came to my mind was not a stranger to any of you, and I want to remind you of the Emperor Tran Nhan Tong. When still young and growing up in lavishly splendid palace filled with joy, this aristocratic young man lived like a recluse amidst the royal kingdom; with a true hermit life of abstention and asceticism. I wonder if the graceful bearings would have been appreciated by anyone in this young royalty, but the King Father - only seeing the dreadfully emaciated body of his own heir - could not help but uttering a cry, wondering if his son would have enough strength and energy to look after the empire, safeguarding its territory.

Nonetheless, that same young man, once enthroned and residing over the entire nation, not only ascertained his own selfworth, but also substantiated the lasting existence of his whole populace. Whether sitting at the towering royal throne, or embarking impressively in the battlefield, or returning home on

trên vó ngựa khải hoàn, từ những chiến thắng oanh liệt, mà cho đến nay, trong bóng đèn khuya, trong bóng đêm tịch mịch của lịch sử, chúng ta vẫn mường tượng nhịp mõ công phu và giọng kinh man mác nhưng vẫn rành rọt khí phách anh hùng của bậc quân vương vốn coi ngai vàng như đôi dép bỏ: *"Nhất thiết hữu vi pháp, như mộng huyễn bào ảnh."* Làm sao trong con mắt nhìn, thế giới này chỉ tồn tại như hạt sương trên đầu ngọn cỏ, lại có thể định hướng không chỉ cuộc đời của riêng mình mà cho cả vận mệnh của dân tộc? Hy vọng các bạn trẻ có thể tự mình tìm thấy câu trả lời. Bởi vì, nếu các bạn có thể trả lời được câu hỏi ấy, các bạn cũng có thể định hướng cuộc đời mình mà không e ngại rằng sẽ có điều nhầm lẫn.

Bây giờ, chúng ta hãy trở lại đề tài thảo luận. Rất nhiều Anh Chị khi nghe đọc lên đề tài, nghĩ rằng diễn giả sẽ nêu lên một hình thái đạo Phật như thế nào đó, sau đó nghiệm xét xem hình thái ấy có những điểm nào phù hợp với tuổi trẻ, ích lợi thiết thực cho tuổi trẻ. Cho đến đây, chưa có hình thái nào được giới thiệu. Có Anh Chị nào cảm thấy thất vọng không? Cũng nên thất vọng một ít. Như thế để chứng tỏ rằng chúng ta đến với đề tài không phải thụ động, ai nói sao nghe vậy. Nhất

victorious mounts after triumphant conquests; nights after nights in the serene darkness of history, even now, we can nearly imagine the sound of his repetitive gong strikes and distinctive ritual chanting of this royally majestic king who once viewed the throne like a pair of discarded sandals: "What that is to be produced by conditons should be viewed as a dream, a mirage, a bubble..." How could the one who perceives with his own eyes the whole universe as ephemeral - like dewdrops on the grass blades - nevertheless with supremacy, would be able to make up his own destination as well as that of the entire sovereignty? I hope that all of you young people out there can come up with the answers yourselves. Because when you can provide answers to those questions, you surely can make up your own destination and not worry so much in making erroneous mistakes.

Now we finally come back to the main discussion of our topic. Many of you when hearing the title of this topic, would propably have thought that the speaker will present something related to certain Buddhist structural standpoint, and gathering from that viewpoint he will analyze and explore whether it would apply to the young generation, or bring about actual benefits to this young age group. Up until now, I have not introduced any form, any structure yet. Are any of you disappointed? Well, maybe you ought to be a little disappointed. That way, it's apparent that

định, phải có sự lựa chọn; dù không phải là lựa chọn một cách tùy tiện. Khởi đầu của nhận thức, tất phải có sự lựa chọn. Hoạt động trí năng của tuổi trẻ, trước tất cả, là khả năng lựa chọn. Tuổi trẻ học tập để biết lựa chọn. Định hướng cho tương lai của mình bằng sự lựa chọn sáng suốt.

Vả lại, ở đây ta cũng không nên thất vọng nếu nói rằng không có một hình thái đạo Phật nhất định nào dành riêng cho tuổi trẻ. Chỉ có một mảnh trăng trên trời. Nhưng là trăng bạc màu tang tóc, hay trăng tươi mát hồn nhiên, hoặc là trăng thề làm chứng cho trái tim chung thủy, và cũng có khi là "trăng già độc địa làm sao, se dây chẳng lựa buộc vào như chơi".

Cũng có tuổi trẻ đến với đạo Phật, mong cầu giọt nước cành dương làm sống dậy một tâm hồn khô héo vì tình yêu bị phản bội. Cũng có tuổi trẻ đến với đạo Phật để gột rửa sạch "gót danh lợi bùn pha sắc xám, mặt phong trần nắng rám mùi dâu". Các bạn trẻ ấy tự tìm thấy hình thái đạo Phật thích hợp với mình. Nếu đạo Phật không đáp ứng được cho những tâm hồn đau khổ, chán chường cuộc sống ấy, chẳng khác nào y sĩ từ chối

Buddhism and the Youth

none of you come to passively listen to me, whatever I say would satisfy you. Rightly so, you should have choices, eventhough the choices are not up to your own wishes. Beginning with realization, there would undoubtedly be options. When working with the talented capacity of youth, first of all there is the ability to choose. Young people are educated to know how to select options. Determining one's future plan is making the right choices intelligently.

Furthermore, we should not be too disenchanted if there is not a specific Buddhist structure applying to the young generation. There is only one moon up in the sky. But that moon can be graying with old age and death, or it can be a new moon freshly emerged with youthful innocence; likewise, it can be a bright moon that bears witness to faithful hearts, or it can be an "old moon of spitefulness that maliciously causes the discord between lovers".

Yet other young people come to Buddhism hoping that the blessed water by the compassionate Bodhisattva would revive their wilted heart which was rejected by love. And yet others come to seek Buddhism to wash off "the heel pacing after fame tainted with grey mud, or the face of marquee suntanned by the rays of great changes". They may find on their own a Buddhist structure that correlates well with them. If Buddhism cannot alleviate their mental sufferings and

bịnh nhân. Vậy thì, các bạn trẻ cũng nên tự mình tìm cho mình một hình thái đạo Phật thích hợp; không phải là hình thái được lập thành khuôn mẫu do bởi các Anh Chị trưởng, do các Đại đức, Thượng tọa, hay do các nhà nghiên cứu uyên bác. Một thiền sư Việt Nam đã nói: "Nam nhi tự hữu xung thiên chí, hưu hướng Như Lai hành xứ hành." Ta hãy đi con đường do chính ta lựa chọn, không cần gì phải lắt nhắt theo dấu vết của Như Lai.

Khẩu khí này nhiều khi khiến ta sợ hãi, e rằng có quá tự phụ, quá ngạo mạn chăng? Đừng có phổ nhạc những lời ấy thành giai điệu với tiết tấu hành khúc dồn dập, mà hãy thử phổ thành một sonata nhỏ của mặt hồ tĩnh lặng, ta sẽ nghe được âm hưởng này: "Hãy bình thản tự chọn cho mình một hướng đi, sẵn sàng chịu trách nhiệm đối với hậu quả xuất hiện trên hướng đi mà ta đã chọn." Lời Phật cần ghi nhớ: "Chúng sanh là kẻ thừa tự những hành vi mà nó đã làm." Và còn có lời Phật khác nữa: "Hãy là kẻ thừa tự Chánh pháp của Như Lai, chớ đừng là kẻ thừa tự tài vật."

their weariness of life, it would be just like a doctor refusing to treat sick patients. Therefore, you are advised to find your own viewpoint that corresponds with Buddhism, not taking those that are already being molded by others such as your superiors, your reverend monks, or some other brilliant researchers. A Vietnamese Zen master once said: "Young people should bear in themselves the will of soaring high, and not content with retracing the footsteps of the Buddhas, though. We will walk the path that we select ourselves, no need to drudgingly follow after the trace of others.

This manner of speaking sometimes causes people to feel bewildered. Wouldn't it be too conceited, too arrogant? Then please, do not create a song with a quick tempo out of those words, but try to compose a gentle sonata like smooth undulating water of a lake, then we can easily comprehend the sound of these words: Be at ease in choosing a direction for yourself, and ready to take on the responsibility for what happens along the path that you have chosen. These are the words of the Buddha that you should remember: "sentient beings are the inheritors of all actions that they have carried out themselves". And Buddha also taught us: "Be the successor of the Tathagatha's true dharma, and not the heir of material resources".

Các bạn trẻ đang học tập để chuẩn bị cho mình xứng đáng là kẻ thừa tự. Kế thừa gia nghiệp của ông cha, của dòng họ. Kế thừa sự nghiệp của dân tộc. Kế thừa di sản nhân loại. Dù đặt ở vị trí nào, bản thân của các bạn trẻ trước hết phải sẽ là người thừa kế. Thành công hay thất bại trong sự nghiệp thừa kế của mình, đó là trách nhiệm của từng người, của từng cá nhân. Hãy tự đào luyện cho mình một trí tuệ, một bản lãnh, để sáng suốt lựa chọn hướng đi, và dũng cảm chịu trách nhiệm những gì ta đã lựa chọn và gây ra cho bản thân và cho cả chúng sanh.

Không có đạo Phật chung chung cho đồng loạt tuổi trẻ. Mỗi cá nhân tuổi trẻ là biểu hiện của mỗi hình thái đạo Phật sinh động.

Chúc các Anh Chị có đầy đủ nghị lực để chinh phục những vương quốc cần chinh phục, để chiến thắng những sức mạnh cần chiến thắng.

All of you are learning to prepare yourselves for worthiness of being heirs: Inheritors to the heirloom of familial ancestors; Inheritors to the traditions of a country's heritage; Inheritors to the humankind legacy. No matter what position you are placed in, first and foremost, you, the young generation today, have to be the heirs. Victory or defeat in the position of being an heir is the responsibility of each one of you, personally, individually. Be prepared to develop your own wisdom, build your own ground, to cleverly choose the pathway to life, and be ready to accept the responsible actions for what you have committed to for your own self and all other sentient beings.

There is not a universal Buddhism that is broad-spectrum for the entire young generation. Each one of you individual is representative to the dynamic form of Buddhism.

I sincerely wish you would have enough strength to conquer lots of kingdom that are to be conquered and win over the powers that are to be won.

DUY TUỆ THỊ NGHIỆP

Only Wisdom Is the Profession
Translated by Nguyên Túc

Lý tưởng giáo dục và những phương pháp thực hiện lý tưởng này, hiển nhiên Phật giáo đã có một lịch sử rất dài. Phạm vi hoạt động của nó không chỉ giới hạn chung quanh những tàng kinh các, hay những pháp đường của các Tăng viện, mà còn ở cả nơi triều đình, công sảnh, và bất cứ nơi nào mà mọi người có thể tụ tập ít nhất là hai người, trong tất cả sinh hoạt nhân gian. Thêm vào đó là những biến chuyển qua các thời đại, sự dị biệt của các dân tộc... Tất cả được tập đại thành trong một bộ sử khá lớn của Phật giáo về vấn đề giáo dục. Dù vậy, ngày nay, vấn đề đó vẫn còn là một thể tài quá mới mẻ đối với giới Phật học. Sự va chạm giữa hai nền văn minh Đông và Tây, so với sự tiếp xúc giữa hai nền văn minh Hoa-Ấn diễn ra từ cuối thế kỷ I Tây lịch kéo dài cho đến thế kỷ XI hay XII, đặc trưng qua hai triều đại Đường và Tống. Với nỗ lực của trên mười thế kỷ đó, sự va chạm mà chúng ta chứng kiến ngày nay quả là không thấm vào đâu. Khó khăn chính yếu của chúng ta hiện tại không phải là vấn đề phương pháp như đa số lầm tưởng.

The ideals of education and methods to realize these ideals have a long history in Buddhism. Its activities are not limited to scripture halls or the dharma halls of monasteries but also to courts, public forums, and anywhere people can gather, even if it is just two people, in all human activities. Additionally, through changes over the ages and differences among nations, all are embodied in a substantial Buddhist history concerning education. However, today, this issue remains a relatively new topic for Buddhist scholars. The collision between Eastern and Western civilizations, compared to the interaction between Chinese and Indian cultures from the 1st to the 11th or 12th century, characterized by the Tang and Song dynasties and an effort spanning over ten centuries, is insignificant to the collision we witness today. Our current main difficulty is not a matter of method, as many mistakenly believe.

Những cống hiến của các nhà Phật học trong lãnh vực ngôn ngữ Âu châu đã chứng minh điều đó. Thể điệu trước tác của những hệ thống tư tưởng và văn học của Phật giáo giờ không còn là một "mê hồn trận" khó vào nữa. Xưa kia, người Trung Hoa đã làm thế nào mà nắm ngay được "mạch ngầm" của Phật giáo để thực hiện nó theo bản sắc dân tộc và truyền thống văn học tư tưởng của mình, đấy là kinh nghiệm rất phong phú. Mặc dù giữa hai quốc gia này bị ngăn chặn bởi dải sa mạc mênh mông giữa miền Cao Á và ngọn Thông Lĩnh lạnh lùng. Với biên giới thiên nhiên quá hiểm nghèo này, khả năng bình thường của con người khó vượt qua nổi bằng chính hai chân không của nó. Thế mà cả hai dân tộc này đã có lúc "thông cảm" nhau được. Đông và Tây của chúng ta không có những biên giới khốn nạn như vậy, thì sự "thông cảm" tại sao lại khó khăn? Điều đó có nghĩa rằng những khó khăn mà Phật giáo gặp phải, riêng trong lãnh vực giáo dục, không phải là "kỹ thuật khoa học" hay "truyền thống tâm linh" giữa Đông phương và Tây phương. Nhưng nếu gạt những vấn đề này ra ngoài, e rằng chúng ta dễ có khuynh hướng giẫm lên "lãnh vực siêu hình", như một giai thoại của Trang Tử: "Anh không phải là cá sao biết cá vui?"

Chúng ta biết rằng trong những cuộc thảo luận của các Đại học ở Á châu, người ta thường nhắc đến "kỹ thuật khoa học của Tây phương" và "truyền thống tâm linh của Đông phương". Rồi lấy đó làm

The contributions of Buddhist scholars in the field of European languages have proven this. The preconceptions of Buddhism's philosophical and literary systems are no longer an impenetrable "magic spell." In the past, how did the Chinese immediately grasp the "undercurrent" of Buddhism to implement it according to their national identity and literary and philosophical traditions? That is a vibrant experience. Despite the vast desert between Central Asia and the cold Tongling mountain range separating these two countries, with this natural and treacherous border, the average human ability could hardly overcome it on foot. Yet, these two nations managed to "sympathize" with each other. Our East and West, without such unfortunate borders, why is "sympathy" so difficult? This means that Buddhism's difficulties, especially in education, are not due to "scientific technology" or "spiritual tradition" between the East and the West. However, if we ignore these issues, we might be prone to stepping into "metaphysics," like a story from Zhuangzi: "You are not a fish; how do you know if the fish is happy?"

In Asian university discussions, people often mention "Western scientific techniques" and "Eastern spiritual traditions." Then, these are taken as a mission that Asian universities must strive to

sứ mệnh mà các Đại học Á châu phải nỗ lực thể hiện cho "tốt đẹp mọi đường hướng". Xét về nội dung cũng như ý hướng, điểm vừa nêu chỉ là một khẩu hiệu, không hơn không kém. Chúng tôi sẽ không cố ý khảo nghiệm về hiệu lực của khẩu hiệu này.

Hiển nhiên, sự thực phải chấp nhận rằng kỹ thuật khoa học là sản phẩm độc đáo và gần như là độc nhất của Tây phương. Riêng về các Triết gia Tây phương trong thế kỷ này, họ thấu hiểu tính thể kỹ thuật khoa học một cách vô cùng tế nhị. Giả sử chúng ta đã hiểu rõ cặn kẽ một trong những mệnh đề ách yếu của Hiện sinh luận, theo đó, hiện hữu có trước yếu tính. Rồi từ đó mà suy diễn sẽ thấy rằng bản tính sâu xa của một hiện tượng cá biệt được thể hiện ngay trong phương tiện hay phong cách hiện hữu như cá biệt của nó. Đấy chỉ mới là nhận định đại khái. Nếu lấy thí dụ điển hình từ một vài triết gia, về những cống hiến của họ cho thể tài ngôn ngữ trong triết học Tây phương hiện đại, chúng ta sẽ thấy ra đâu là tính thể của "kỹ thuật khoa học" và đâu là bản chất của "truyền thống tâm linh".

Wittgenstein là một điển hình độc đáo; ý tưởng chỉ đạo được ghi trong Tractatus: ngôn ngữ là khuôn hình của thế giới. Do đó, giới hạn của ngôn ngữ chúng ta chính là giới hạn của thế giới chúng ta. Ý tưởng này muốn nói rằng chính tất cả những phương pháp vận dụng ngôn ngữ của chúng ta hình thành nên một vũ trụ quan hay nhân sinh

demonstrate in "all the best ways." In terms of content and intention, this point is merely a slogan, nothing more. We will not intentionally examine the effectiveness of this slogan.

We must accept that scientific technology is a unique and almost exclusive product of the West. Western philosophers of this century understand the nature of scientific technology exceptionally delicately. Suppose we fully understand one of the key propositions of Existentialism, according to which existence precedes essence. From this, we can infer that the profound nature of a particular phenomenon is immediately expressed in the means or style of reality as its particularity. This is just a general assessment. Let's take typical examples from some philosophers about their contributions to the subject of language in modern Western philosophy. We will see what constitutes the nature of "scientific technology" and the essence of "spiritual tradition."

Wittgenstein is a unique example; the guiding idea recorded in Tractatus is that language is the form of the world. Hence, our language's limit is the limit of our world. This idea means that all our language methods form a particular universe or view of life. Any "unimaginable" discovery in a philosopher is not due to the unimaginable nature of

quan nào đó. Mọi "không tưởng" mà người ta có thể khám phá ra ở một triết gia, không phải do bản chất không tưởng trong tư tưởng của ông, nhưng chính ngôn ngữ và phương pháp vận dụng ngôn ngữ của ông đã khép kín ông vào trong tháp ngà của một thứ tư duy không tưởng nào đó. Ngôn ngữ không còn là một thực thể ngoại tại và phổ biến mà ai cũng có thể vận dụng tùy nghi để nói lên những gì ẩn kín trong lòng. Thường nhật, với câu hỏi "cái này là gì?", chúng ta có cảm tưởng rằng nếu thỏa mãn được chữ "gì?" là đã có thể giải quyết được vấn đề, theo tiêu thức tổng quát của ngôn ngữ (x,y) hay E (x,y).

Thực ra, vấn đề chỉ được thỏa mãn bằng cách vận dụng hợp qui đối với các khả biến, lại là tùy thuộc những liên hệ giữa định lượng phổ biến và định lượng cá biệt. Nhưng một khi những định lượng này được cứu xét kỹ cùng, chúng bộc lộ ngay tính cách "giả tưởng" và cuối cùng tiêu thức tổng quát của ngôn ngữ thảy là mệnh đề giả hiệu. Phân tích như vậy tạo nên một cảm giác thất vọng đối với mọi thứ qui tắc ngôn ngữ mệnh danh là "nghiêm túc" hay "chính xác"; và người ta chỉ còn một tin tưởng độc nhất là ngôn ngữ của thi ca. Dù nó không nghiêm túc và chính xác như trong "kỹ thuật khoa học", nhưng khả năng thông diễn thực tại của nó quả là vô cùng phong phú. Bởi vậy các nhà thực nghiệm luận lý trong triết học Tây phương hiện đại

his thoughts. However, his language and method of using language have enclosed him in the ivory tower of unimaginable thinking. Language is no longer an external and common entity that anyone can use at will to express what is hidden in their heart. Usually, with the question "What is this?", we have the impression that if the word "what" is satisfied, the problem can be solved according to the general criterion of language (x,y) or E (x,y).

The problem is only satisfied by applying appropriate rules to the variables, depending on the relationship between general and specific quantities. However, when these quantities are examined in detail, they immediately reveal their "fictitious" nature, and in the end, the general criterion of language turns out to be a hypothetical proposition. Such analysis creates a feeling of disappointment with all the rules of language considered "serious" or "accurate," and people only trust the language of poetry. Although it is not as severe and accurate as "scientific technology," its ability to interpret reality is vibrant. Therefore, logical experimentalists in modern Western philosophy only listen to the

chỉ chịu nghe theo ngôn ngữ của âm nhạc hơn bất cứ mệnh đề triết học hay khoa học nào.

Ở đây chúng ta cũng không quên những cống hiến của Michel-Foucault đối với nền triết lý ngôn ngữ hiện đại. Trật tự của ngôn ngữ là trật tự của thế giới. Đấy là điểm chính yếu. Ông mệnh danh sự cống hiến của mình là Khảo cổ học. Bởi vì, người ta có thể tìm thấy mọi dấu vết của lịch sử văn minh nhân loại qua các thời đại bằng vào lịch sử phát triển của văn pháp. Dị biệt tính của các nền tư tưởng có thể theo đây mà khám phá. Lấy thí dụ, một trong những khó khăn của những giáo sư triết tại Việt Nam hiện nay đã đối đầu khi phải trình bày về quan niệm L'être hay Being hay Sein. Người học triết vì vậy rất bối rối, khi các dụng ngữ Việt không chứa thêm các chữ này.

Những tồn thể, hữu thể, tính thể, rồi thể tính, vân vân. Vì lẽ rằng cơ cấu văn pháp Việt ngữ không hề có những opus này. Ngôn ngữ Âu châu đã từng bất lực về L'être et le temps, thì bằng vào cơ cấu văn pháp của Việt ngữ không thôi, chúng ta không làm sao hiểu ra giới hạn của sự bất lực này. Khi một triết gia nói: "Câu hỏi về tính thể là một câu hỏi phổ biến tổng quát nhất, câu hỏi rỗng tuếch nhất trong những câu hỏi, nhưng đồng thời câu hỏi ấy lại cũng có thể được cụ thể hóa chung đúc lại rõ ràng nhất trong bất cứ hiện tính thể cá biệt nào." Đây là những lời rất xa lạ đối với cơ cấu văn pháp Việt

language of music more than any philosophical or scientific proposition.

Here, we also must remember the contributions of Michel Foucault to modern linguistic philosophy. The order of language is the order of the world. That's the main point. He named his contribution Archaeology. The diversity of thought systems can be discovered here because one can find traces of human civilization history through the ages in the history of literary development. For example, one of the difficulties philosophy professors in Vietnam today have faced when presenting the concept of L' être or Being or Sein. Therefore, philosophy students are perplexed when Vietnamese terms do not contain these words.

Existence, beings, nature, and then natural characteristics. Because the structure of the Vietnamese language does not have these opuses, European languages have been powerless about L' être et le temps, so with the structure of the Vietnamese language alone, we cannot understand the limit of this powerlessness. When a philosopher says: "The question of nature is the most general and most vacuous question of all questions, but at the same time, it can also be concretized and clarified in any particular nature." This is very alien to the

ngữ. "Tính thể là một câu hỏi phổ biến tổng quát nhất,...", thực sự, *l' être* hay *être* mới là "phổ biến tổng quát" trong tiếng Pháp, còn tính thể thì không như vậy. Khổ tâm nhất cho người ta là không thể thay là cho tính thể. Như vậy, khi một người nói: thảm họa của dân tộc Việt Nam ngày nay được ghi đậm máu và nước mắt trên *"câu hỏi về tính thể"*, thì đã bộc lộ một cách chua cay về định mệnh khốn nạn của dân tộc này vốn bị ám ảnh bởi khẩu hiệu *"phát triển kỹ thuật khoa học Tây phương và duy trì truyền thống tâm linh Đông phương"*. Sự phát triển như vậy chỉ có nghĩa là biến tính và tự hủy chứ không phải duy trì gì hết.

Thế nhưng, như đã nói, không phải vì cố giải quyết êm đẹp khẩu hiệu ấy mà những sinh hoạt của tư tưởng Phật học trong lãnh vực giáo dục đã đương đầu với vô số khó khăn. Trong quá khứ, Phật giáo đã từng từ bỏ sắc thái của chế độ tăng lữ vốn phải ẩn cư trong các núi rừng sâu thẳm, để đi đến nơi nào có máu và nước mắt đổ xuống vì nhân sinh; và cũng đã từ bỏ màu sắc Ấn Độ của nó để đi đến nơi nào có sự sống và có khát vọng giác ngộ về lẽ sống. Dù vậy, đức Thích Ca vẫn là người bằng xương bằng thịt, chưa hề là một thần linh cao cả. Do đó, phát triển hay duy trì một sản phẩm văn hóa nào đó không phải là vấn đề trọng đại để có thể đánh lừa như một khẩu hiệu hay một nhãn hiệu. Nó là lửa; chỉ có thể cắm bảng hiệu ở

structure of the Vietnamese language. "Nature is the most general question..."; indeed, l' être or être is "general" in French, not nature. The most painful thing for people is that nature cannot replace être. So, when someone says that today's Vietnamese national disaster is deeply marked with blood and tears on "the question of nature," it bitterly exposes the unfortunate fate of this nation haunted by the slogan "develop Western scientific technology and maintain Eastern spiritual tradition." Such development only means transformation and self-destruction, not maintaining anything.

However, as mentioned, it is not because of trying to smoothly resolve this slogan that the activities of Buddhist thought in the field of education have faced countless difficulties. In the past, Buddhism had abandoned the characteristics of the monastic regime that had to hide in deep mountains and forests to go to places where blood and tears were shed for human life and also abandoned its Indian color to go to where life and the desire for enlightenment about the meaning of life exist. Yet, the Buddha was still a flesh-and-blood person, not a sublime deity. Therefore, developing or maintaining a cultural product is not a significant issue that can be interpreted as a slogan or a brand. It is fire; one can only put a sign far away, not

xa chứ không thể cắm ngay giữa lòng. Ngọn lửa đó, một khi được khơi dậy, nó làm sáng ngời lên khát vọng nóng bỏng nhất trong căn để sâu xa của lòng người; để người ta có thể thấy rõ, quả thực, mình muốn gì trong cuộc sống này?

Dù sao, không ai lại có thể làm ngơ trước những thành quả mà kỹ thuật khoa học Tây phương đang gây ảnh hưởng lớn lao trên mọi lãnh vực của thế giới hiện đại. Nói riêng cơ cấu tổ chức xã hội, ngay tại Việt Nam, trong những năm qua, Giáo hội Phật Giáo đã gặp những khủng hoảng trầm trọng. Lý do chính yếu, có lẽ người ta phải công nhận rằng đây là vấn đề nan giải giữa những nguyên tắc tổ chức cơ cấu xã hội và truyền thống tâm linh. Nghĩa là, bất cứ bằng cách nào, chúng ta vẫn phải bị đè nặng dưới áp lực của khẩu hiệu Phát triển và Duy trì; giữa kỹ thuật khoa học và truyền thống tâm linh. Truyền thống này dĩ nhiên bị biến tính tận căn để khi được lồng vào những nguyên tắc tổ chức bắt nguồn từ vũ trụ quan và nhân sinh quan của Tây phương; hay rõ hơn, của khoa học và tính cách thực dụng của khoa học. Một số học giả Phật giáo Tây phương khi nghiên cứu về đường lối tổ chức của giáo đoàn tăng lữ của Phật giáo đã tỏ ý làm lạ: bằng một nguyên tắc nào đó mà giáo đoàn tăng lữ đã vượt qua được mọi khủng hoảng đáng lý phải phân hóa; vì sự khủng hoảng đã thực sự diễn ra và tạo thành trên hai mươi bộ phái Phật giáo.

right in the heart. That fire, once kindled, illuminates the deepest desires in man's heart so that one can clearly see what one wants in this life.

Anyway, no one can ignore the achievements of Western scientific technology, with its pragmatic nature for the essential needs of life, which has dramatically impacted all areas of the modern world. Specifically, the organizational structure of society, even in Vietnam, in recent years, the Buddhist Church has faced severe crises. The main reason must be acknowledged as the intractable problem between the principles of social, organizational structure, and spiritual tradition. That is, we still have to be heavily pressured by the slogan of development and maintenance, balancing scientific technology and spiritual practice. This tradition has undoubtedly been fundamentally transformed when incorporated into the organizational principles originating from the Western worldview and perspective on life or, more clearly, of science and the pragmatic nature of science. Some Western Buddhist scholars researching the organization of the Buddhist monastic community have expressed surprise. By some principle, the monastic community has overcome the crises that should have divided it, as the problem occurred and resulted in more than twenty Buddhist sects. Then,

Rồi đến khi Đại thừa Phật giáo ra đời, sự xung đột về tư tưởng lại càng rõ rệt. Nhưng, người ta vẫn nhận thấy một điều: sinh hoạt của giáo đoàn tăng lữ không bị phân chia, giáo hội vẫn theo một hình thức duy nhất mệnh danh là nguyên thủy. Có tư tưởng Đại thừa, nhưng chưa hề có giáo hội Đại thừa; tăng lữ vẫn phải sinh hoạt theo Thanh tịnh giới bổn.

Hiển nhiên, trong đó, một vài tiểu tiết được sửa đổi, vì hoàn cảnh địa lý hay thời đại. Chẳng hạn, tại những vùng khí hậu lạnh như ở Trung Hoa, vấn đề khất thực khó mà thi hành đúng theo nguyên thủy; hay không thể triệt để cấm tàng trữ thực phẩm cách đêm. Ngày nay, tổ chức của Giáo hội tại Việt Nam không còn lấy Thanh tịnh giới bổn làm nguyên tắc chỉ đạo, mà căn cứ theo thể thức phân quyền của Tây phương. Thể thức này đang biến tính "truyền thống tâm linh" trong một vài phương diện. Thí dụ, bốn ba-la-di được coi là sinh mệnh của cơ cấu tăng lữ nay dần dần mất tính cách hệ trọng của chúng. Trước đây, một số tăng sĩ, do ảnh hưởng của tâm phân học, đã giải thích các ba-la-di theo đường lối hơi lạ lùng. Tình trạng này đang trở thành sự thật, và người ta chỉ còn cách "hợp thức hóa" những sự kiện "đã rồi". Trong đây, nội tình còn nhiều phức tạp vượt ngoài khả năng hiện hữu nên chúng tôi không thể đi sâu vào các chi tiết.

when Mahayana Buddhism emerged, the ideological conflict became even more evident. However, one still sees one thing: the monastic community's life was not divided; the church still followed a single form known as original. There is Mahayana thought, but there has never been a Mahayana church; the monastics still had to live according to the original pure precepts.

Some details were modified due to geographical or temporal circumstances. For example, in cold climates like China, the practice of alms begging is challenging to implement according to the original, or it is impossible to ban food storage overnight wholly. Today, the organization of the Church in Vietnam no longer takes the original pure precepts as a guiding principle but is based on the Western division of powers. This form is transforming the "spiritual tradition" in some aspects. For example, the four parajikas, considered the life of the monastic structure, are gradually losing their importance. Some monks, influenced by analytical thinking, explained the parajikas somewhat strangely in the past. This situation is becoming a reality, and people can only "legitimize" the "after the fact" events. The internal situation is much more complicated than our current ability, so we cannot go into details.

Trên tất cả mọi vấn đề, chính thành quả của kỹ thuật khoa học Tây phương, với tính cách thực dụng của nó đối với những nhu cầu thiết yếu của đời sống, đã là một ám ảnh đè nặng lên tâm trí những người cố duy trì "hữu hiệu" truyền thống tâm linh. Rồi ra, người ta cũng đòi hỏi phương pháp thiền định chẳng hạn, phải làm sao để có hiệu lực y như bất cứ thành quả nào mà khoa học có thể mang đến.

Như vậy, nếu khoa học có thể làm giảm thiểu hay diệt trừ những tai họa nào đó của đời sống thường nhật, người ta cũng muốn đòi hỏi thiền định phải có hiệu năng đó, ít nhất là tương đương, nếu không nói là hoàn hảo hơn. Xưa kia, một người đi học thiền, thiền sư đòi hỏi y phải loại bỏ những mong cầu "thực dụng" nơi thiền. Nếu đời sống thường nhật nhờ tập thiền mà tránh được một vài bất trắc, như bịnh hoạn, thì đấy phải coi là kết quả "đương nhiên", có tính cách phụ thuộc, không nên lấy đó làm mục đích. Người ta không được phép học thiền để có thể sống qua ngày tháng, sống trọn cuộc đời không tai họa. Nói như thế bỗng nhiên bị coi là không tưởng.

Một giai thoại khá lý thú kể rằng, khi Phật sửa soạn qua sông bằng đò, ngài gặp một ẩn sĩ; vị này thách thức ngài, với hiệu nghiệm của công trình tập thiền, nếu có, ngài thử vượt qua con sông mà không cần đò; có thế mới chứng tỏ được sự tiến bộ tâm linh.

Above all, the achievements of Western scientific techniques, with their pragmatic nature towards the essential needs of life, have cast a heavy shadow on the minds of those striving to maintain the 'effectiveness' of spiritual traditions. Consequently, people also demand that methods such as meditation, for example, be effective like any other scientific outcome.

Thus, if science can reduce or eliminate certain calamities of everyday life, people also expect meditation to have at least equivalent if not superior, efficacy. In the past, when someone pursued meditation, the teacher demanded they abandon any 'practical' desires in meditation. If everyday life is improved through contemplation, avoiding some misfortunes like illnesses, it should be considered a 'natural' result, a dependent aspect, not the purpose. One was not allowed to learn meditation to survive through the days, to live a life without misfortune. Suddenly, this notion is deemed unrealistic.

An interesting anecdote recounts that when the Buddha was preparing to cross a river by ferry, he met a hermit who challenged him, with the efficacy of his meditation practice, to cross the river without a ferry; only then would it prove spiritual progress.

Phật nói, ngài chỉ cần vài xu nhỏ, rất dễ kiếm, là có thể qua sông được, cần gì phải bỏ ra một quãng đời tập thiền. Thực sự, khi muốn khảo nghiệm đời sống tâm linh bằng hiệu năng thực tế, quả tình người ta đã tạo ra một không tưởng trên tất cả mọi không tưởng; thế mà vẫn coi đó là điều lý thú!

Khó khăn của chúng ta chính là đây. Ngày nay hay ngày xưa, người ta vẫn đòi hỏi rằng chân lý phải được khảo nghiệm bằng hiệu năng thực tế. Do đó, một nền giáo dục hoàn hảo phải chứng tỏ những hiệu năng nó có thể mang lại để thỏa mãn nhu cầu của người học. Vậy rồi, thay vì mở ra những con đường đi vào thế giới tâm linh sống động, người ta đã quay ngược lại để trở về với những nhu cầu hạ cấp của người học. Họ gieo cho người học những sợ hãi bất an trước một tương lai nào đó. Những "sinh tồn", "diệt vong" v.v..., đấy là những mệnh đề giả hiệu, chúng có tác dụng làm tăng mối sợ hãi. Nhưng chúng cũng có thế lực khích động rất lớn, và đề ra những đường lối phải theo. Y như một người tranh cử, hăm dọa cử tri bằng những viễn tượng đen tối của ngày mai, nếu mình không được chọn lựa.

Cũng vậy, đối với chúng ta, một đường lối giáo dục được lựa chọn là có phát triển và có duy trì; vừa tiến bộ và vừa không mất gốc. Trong trường hợp cực đoan, nếu bắt buộc phải chọn một trong hai, hoặc phát triển, hoặc duy trì, xưa nay Phật giáo đã chọn lối đi thứ nhất. Gốc của con người là

Only Wisdom is the Profession

The Buddha said he only needed a few small, easily obtained coins to cross the river, so why waste a part of his meditation life? Indeed, assessing spiritual energy based on practical efficacy creates an illusion beyond all illusions, yet this is still considered attractive!

This is our difficulty. Whether today or in the past, people have always demanded that truth be tested by practical efficacy. Therefore, a perfect education system must demonstrate its effectiveness to satisfy the learners' needs. Instead of opening paths into a vibrant spiritual world, people have turned back to meet the lower needs of the learners. They sow seeds of insecurity and fear before a certain future. Terms like "survival," "extinction," etc., are hypothetical propositions that increase fear. But they also have a tremendous motivating power, outlining paths to follow. Just like a political candidate was threatening voters with dark visions of tomorrow if not chosen.

Similarly, an educational path is chosen to be progressive and preserving, advancing yet not losing its roots. In extreme cases, Buddhism has always chosen the former approach, whether progress or preservation. The root of humanity lies in the human heart, so no matter how far it progresses with one's

ở tại lòng người, thì dù có phát triển đến đâu bằng cả tấm lòng của mình, chẳng có gì gọi là mất cả. Như trong những thành ngữ quen thuộc: "phóng hạ đồ đao, lập địa thành Phật" hay "khổ hải thao thao, hồi đầu thị ngạn".

Trên đây chỉ đề cập đến một vài lý tưởng, gọi là ngoài lề. Bởi vì, trọng tâm của nó, với bốn chữ Duy Tuệ Thị Nghiệp, đã bị biến tính để rồi "tuệ" ở đây có nghĩa là kiến thức học vấn, gồm những "kỹ thuật", "phương pháp", dành cho khẩu hiệu phát triển kỹ thuật, khoa học và duy trì truyền thống tâm linh.

soul, there is nothing called loss. Familiar sayings like "lay down the butcher's knife, become a Buddha on the spot" or "the sea of suffering is boundless, turn back and see the shore".

The above only refers to a few ideas, called peripheral. Because the focus of the four words Duy Tuệ Thị Nghiệp (Solely Wisdom Is the Profession) has been distorted so that Tuệ here means academic knowledge, including "techniques," "methods," indicates the slogan developing scientific techniques and maintaining spiritual traditions.

Mọi nhu cầu góp sức lưu hành rộng rãi tập sách này xin vui lòng liên lạc:

- United Buddhist Publisher
9180 Oasis Ave., Westminster, CA 92683

- Email: publisher@pgvn.org

Chúng tôi cũng hỗ trợ gửi sách đến tận nhà cho quý vị nào cư trú ở hải ngoại, bao gồm Hoa Kỳ, Canada, Úc châu và Âu châu, chi phí chỉ bao gồm ấn phí và cước phí. Xin vui lòng gửi yêu cầu về chúng tôi qua các địa chỉ trên.

Tài trợ thực hiện:

- Liên Phật Hội (United Buddhist Foundation)
- Phật tử Minh Châu, pháp danh Diệu Âm Diệu Quý

UNITED BUDDHIST PUBLISHER

NHÀ XUẤT BẢN LIÊN PHẬT HỘI

là đơn vị trực thuộc của

UNITED BUDDHIST FOUNDATION

LIÊN PHẬT HỘI

Tổ chức phi lợi nhuận hợp pháp tại California

A Non-profit 501(c)3 Organization in California

Printed in the USA
CPSIA information can be obtained
at www.ICGtesting.com
CBHW011531030224
3986CB00005B/20